Kwentong Pusa
A Purrrfect Time (Tagalog Translation)

Written by Sam Miller

The Purrrfect Time was written originally in English
and translated into the following languages:
Thai, Vietnamese, Tagalog, German, Spanish, Portuguese,
Mandarin, Bengali, French, Hindi.

Copyright © 2021 by Samuel Miller

All rights reserved. No part of this publication may be reproduced, stored in a retrieval system, or transmitted, in any form or by any means, electronic, mechanical, photocopying, recording, or otherwise, without the written prior permission of the publisher.

ISBN 978-1-7773038-3-9

Book design by Hiroki Nakaji
Printed and bound with IngramSpark

Armed Bandit Publishing

Nakilala ko si Sam nung kuting pa lang ako. Madali lang ang buhay nya no'n; dalawa pa ang kanyang mga kamay. Isang araw, naaksidente sya kaya naputol ang isa sa mga kamay nya, ngunit hindi nawala ang mga ngiti nya! Ang kwentong ito ay isang paalala na huwag ka dapat panghinaan ng loob at patuloy lamang na gawin ang mga bagay na makapagpapasaya sa iyo. Samahan ninyo ako habang binabalik-tanaw ko ang ilang pangyayari sa buhay ko.

Ako si Bob (isang babaeng pusa) at ito ang kwentong hatid ko.

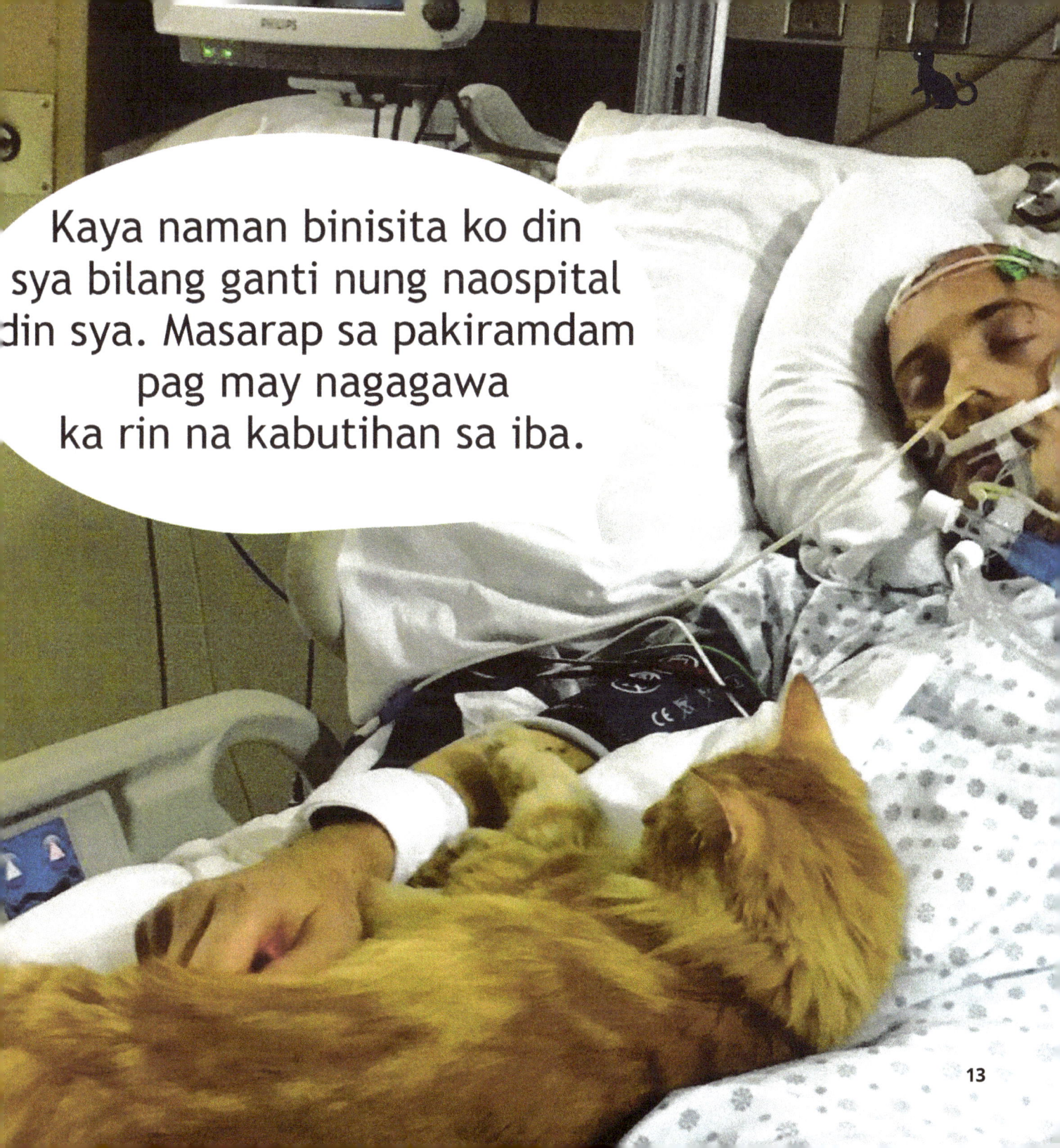

Dito ang paborito kong lugar para mag-unat. Kalimitan na may mga langaw na nalipad dito at gustong gusto ko silang hinahabol.

May kausap sa telepono si Sam nung isang araw at narinig ko ang sinasabi nya sa kausap nya: "Minsan kapag nakikipagusap ako sa ibang tao, hindi ako nakakapakinig kasi iniisip ko kung ano ang dapat kong sabihin. Gusto kasi ng mga tao na naririnig at pinapakinggan sila. Naisip ko na importanteng na nakatuon ka sa kung anong sinasabi nila sayo at malaman nila kung ano ang iniisip mo sa sinabi nila." Sinasalamin ng mga taong nakakasalamuha ko kung sino ako. Kaya sinisigurado ko na nakakasama ko ang mga taong pinagkakatiwalaan at nirerespeto ko, at kung sino ang mga taong masaya ako kapag kasama ko.

"Sa mga pagkakataon na may pinagdadaanan ako at naramdaman kong nahihirapan na ako o di kaya'y may hinaharap na pagsubok, dun ko mas nakikilala ang sarili ko at ang mga kaibigan ko. Natutunan ko kung pano tanggapin ang mga paghihirap at pagkakamali at paghingi ng tulong sa iba kapag kailangan." Tama si Sam, kaya siguro kami naging matalik na magkaibigan!

Nakita mo ba ang pusa  sa bawat pahina?

Sam: Nagumpisa ang librong ito bilang isang libangan. Isang paraan para mabaling ang atensyon ko sa mga bagay na pinagdadaanan ko sa buhay. Ito din pala ang kailangan kong gawin para sa sarili ko. Mas nakilala ko kung sino ako, at natutunan ko din na harapin ang mga pagsubok at mga mahihirap na pagakataon.

Sa matagal na panahon, akala ko alam ko na kung ano ang ibig sabihin ng buhay at kung ano ang mga dapat gawin. Ngunit nagkamali ako. Nung may pinagdaanan akong mga pagsubok, dun ko naintindihan kung anong importante para sakin. Dun ko natutunan gumawa ng matalinong pagdedesisyon kung ano ba talaga ang makapagpapasaya sa akin. Hindi dapat ikahiya ang pagbagsak at pagbangon muli. Kung sino talaga ang mga taong determinado, sila ang nagtatagumpay. Kaya dapat kang manatiling matapang!

Pahina ng Pangkulay

www.ingramcontent.com/pod-product-compliance
Lightning Source LLC
Chambersburg PA
CBHW051301110526
44589CB00025B/2906